இரவு மிருகம்

இரவுமிருகம்

சுகிர்தராணி (1973)

இராணிப்பேட்டை மாவட்டம் இலாலாப்பேட்டை அரசினர் மேல்நிலைப் பள்ளியில் தமிழாசிரியராகப் பணிபுரிகிறார்.

மின்னஞ்சல்: sukiertharani@yahoo.co.in

ஆசிரியரின் பிற நூல்கள்

- கைப்பற்றி என் கனவுகேள் (2002)
- அவளை மொழிபெயர்த்தல் (2006)
- தீண்டப்படாத முத்தம் (2010)
- காமத்திப்பூ (2012)
- இப்படிக்கு ஏவாள் (2016)
- நீர் வளர் ஆம்பல் (2022)
- சுகிர்தராணி கவிதைகள் 1996–2016 (2022)

சுகிர்தராணி
இரவுமிருகம்

காலச்சுவடு பதிப்பகம்

அன்பார்ந்த வாசகருக்கு,

வணக்கம்.

காலச்சுவடு நூலை வாங்கியமைக்கு நன்றி.

நூலின் உள்ளடக்கம், உருவாக்கம், அட்டைப்படம் இன்ன பிற அம்சங்கள் பற்றிய உங்கள் கருத்துகளையும் ஆலோசனைகளையும் காலச்சுவடு வரவேற்கிறது. தகவல், எழுத்து, வாக்கியப் பிழைகள் தென்பட்டால் அவசியம் தெரிவித்து உதவுங்கள். நூல் தயாரிப்பில் கடும் குறைபாடு இருப்பின் மாற்றுப் பிரதி உங்களுக்குக் கிடைக்கக் காலச்சுவடு ஏற்பாடு செய்யும்.

மின்னஞ்சல்: publisher@kalachuvadu.com

காலச்சுவடு நாகர்கோவில் அலுவலகத்திற்குக் கடிதம் அனுப்பலாம்.

தங்கள்
எஸ்.ஆர். சுந்தரம் (கண்ணன்)
பதிப்பாளர் — நிர்வாக இயக்குநர்

இரவுமிருகம் ◆ கவிதைகள் ◆ ஆசிரியர்: சுகிர்தராணி ◆ © சுகிர்தராணி ◆ முதல் பதிப்பு : டிசம்பர் 2004, பதினொன்றாம் பதிப்பு: பிப்ரவரி 2025 ◆ வெளியீடு: காலச்சுவடு பப்ளிகேஷன்ஸ் (பி) லிட்., 669 கே. பி. சாலை, நாகர்கோவில் 629001

iruvumirukam ◆ Poems ◆ Sugirtharani ◆ © Sugirtharani ◆ Language: Tamil ◆ First Edition: December 2004, Eleventh Edition: February 2025 ◆ Size: Demy 1 x 8 ◆ Paper: 18.6 kg maplitho ◆ Pages: 64

Published by Kalachuvadu Publications Pvt. Ltd., 669 K.P. Road, Nagercoil 629001, India ◆ Phone: 91-4652-278525 ◆ e-mail: publications@kalachuvadu.com ◆ Printed at Adyar Students xerox Pvt. Ltd., No. 275 Habibullah Road, Triplicane high Road, Opp Triplicane Post Office, Triplicane, Chennai 600005

ISBN: 978-81-87477-94-5

02/2025/S.No.197, kcp 5605, 18.6 (11) 1k

மண்வாசனையோடு பெண்சுவாசத்தையும்
கலந்துபாடும் ஒரியக் குயில்
மனோரமா பிஸ்வால் மஹபத்ராவுக்கு...

கவிதைகளின் வரிசை

புனைவுகள்	13
என்னுடல்	14
தழும்புகள்	15
காலம்	16
பனிக்குடமும் சில பாம்புகளும்	17
விருட்சங்கள்	18
இரவுமிருகம்	19
காற்றுச் சூலி	20
ஏவாளின் கனியும் ஆதாமின் அறுவடையும்	21
ஒற்றைக்கரை கடலும் முழுநிலவும்	22
கடைசி விருந்து	23
சுடுகாடு	24
இரவினைத் தின்று தின்று வெளிச்சம் கசிய	25
ஒருவழிப்பாதை	26
எனக்கான கேள்வி	27
உலகத்து மொழிகளின் அத்தனை அகராதிகளிலும்	28
வெப்பத்தைத் தின்ன முடியாமல்	29
கலவி வாசனை	30
மெல்லிய புலால் நாற்றம்	31
செத்துப்போன மாட்டைத் தோலுரிக்கும்போது	32
பறக்கடவுள்	33
பள்ளிக்கூட பொம்மைகள்	34
பால்ய மொழி	35
குடைகளின்கீழ் மழையின் பாடல்	36

விடுமுறைநாளின் ஓவியக் காட்சியறை	37
மரணம்	38
புயல் சின்னம்	39
ஒப்பந்தம்	40
கைநிறைய கவிதைகளோடு	41
தொடக்க ஆட்டம்	42
முதல் முத்தம்	43
வார்களால் இழுக்கப்பட்ட தோலாய்	44
இன்னொரு உலகம்	45
முதுகின் மேலொரு வீடு	46
எழுத்தாசை	47
பழஞ்சொற்களின் மரணம்	48
வனத்தின் வழியனுப்புதல்	49
மரணித்தவனின் மிச்சம்	50
ஓட்டம்	51
தீ எரியும் சத்தம்	53
தாள்களின் நிர்வாணம்	54
ஆதித்தாயின் கைரேகை	55
இரட்டைக்கால் சிலுவை	56
சாத்தியக் கூடல்	57
சுயரகசியங்கள்	58
காதலற்ற கோடைக்காலம்	59
யோனிகளின் வீரியம்	60
புத்தகப் பறவைகள்	61
தண்டவாளமும் இரு காதலர்களும்	62
வலியறிதல்	63
குதிகால் உயர்ந்த செருப்புகள்	64

◻

நன்றி

ரவி சுப்ரமணியன்
இந்திரன்
கவிதா முரளிதரன்
க்ருஷாங்கினி
விகடன் தீபாவளி மலர்
காலச்சுவடு
வல்லினம்
அவள் விகடன்
தீராநதி
பூங்குயில்
மன்னுயிர்

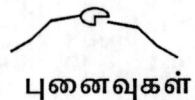
புனைவுகள்

ஒரு மாயக்காரனின் கையுயர்த்தலில்
சடக்கென முகிழ்க்கும் மஞ்சரியாய்
நரம்புகள் புடைத்தயென் கைகளில் குவிகின்றன
என்னைப் பற்றிய புனைகதைகள்
தீ அசையும் ஒளியில்
அசாதாரணமாய் புரட்டிப் பார்க்கிறேன்
நீர்த்தாவரங்கள் மல்கிய குளத்தின்
குறுக்கலையென
புனைவுகளில் பரவுகிறதென் பிம்பம்.
பருவ திரவத்தில் தோயாத என்னுடல்
அரும்பி அரும்பிப் பின்பூத்திருந்தது
உடல்கள் கிடத்தப்பட்டிருந்த அறையில்
உறக்கத்தைக் கலைத்த கூடலோசையால்
வேர்விட்டுக் கிளைத்தயென் ரகசிய இரவுகள்
சொல்லப் பட்டிருந்தன
இருளின் அரங்கத்தில்
தானே புணரும் சாகஸநிகழ்வு
ஒற்றைக்காலில் நிறுத்தப்பட்டிருந்தது
காமவாசனை வீசும் தோழியின் தேகத்தில்
இலவம் பஞ்சடைத்த படுக்கையின் வளைவுகளென
புதைந்திருந்தது சுட்டப்பட்டது
புனைவுகள் எப்போதும்
உப்பில் வைக்கப்பட்டிருக்கின்றன
அவைதான் வாழ்க்கையை மலர்த்துகின்றன
இந்தக் கவிதையையும்.

❏

என்னுடல்

குறுஞ்செடிகள் மண்டிய மலையில்
பெருகுகிறது ஒரு நதி
அதன் கரைகளில் வளைந்து
நீர்ப்பரப்பினைத் தொட்டோடுகின்றன
பால்வழியும் மரத்தின் கிளைகள்.
இஞ்சியின் சுவைகூடிய பழங்கள்
மெல்லியதோல் பிரித்து
விதைகளை வெளித்தள்ளுகின்றன
பாறைகளில் பள்ளம்பறித்தெஞ்சிய நீர்
முனைகளில் வழுக்கி விழுகிறது அருவியாய்
நீர்த்தாரைகளின் அழுத்தத்தில்
குருதிபடர்ந்த வாயை நனைக்கிறது
வேட்டையில் திருப்தியுற்ற புலி
கீழிறங்குகையில்
எரிமலையின் பிளந்த வாயிலிருந்து
தெறிக்கிறது சிவப்புச் சாம்பல்
வானம் நிறமிழக்க
வலஞ்சுழிப் புயல் நிலத்தை அசைக்கிறது
குளிர்ந்த இரவில் வெம்மை
தன்னைக் கரைத்துக் கொள்கிறது
இறுதியில் இயற்கை
என் உடலாகிக் கிடக்கிறது.

◻

தழும்புகள்

எப்போதும் நீர்கசிந்து கொண்டிருக்கும்
என் வண்டல்நிலம்
பகற்சுழலில் பறக்கும் புழுதியாய்
பக்கவாட்டில் உழப்படுகிறது
உருண்டையென உப்பிப்பருத்த விதைகள்
சீரான இடைவெளியில் ஊன்றப்படுகின்றன
ஈரம் பிழிந்தெடுத்த துகள்கள் குவிய
என்னிலிருந்து வெடிக்கின்றன முளைகள்
உள்நீளும் வேர்களின் கைகளுக்குள்
கெட்டிமைப்படும் எனதுமண்
மூச்சடைப்பும் உயிர்ப்புமாய் திரள்கிறது
செழித்தோங்கிய விருட்சங்களின் கனிகள்
நீண்ட காம்புடைய வலைப்பைகளால்
பறிக்கப்படுகின்றன
பருவங்கள் சுழலச் சுழல
காய்ந்து உதிர்ந்த மரங்கள்
கவனமாய் தோண்டப்படுகின்றன
குன்றும் சரிவுமாய் உருமாறிவரும்
என் நிலத்தின்
அகழ்ந்தெடுத்த இடத்திலெல்லாம்
பிரசவத் தழும்புகள்.

❏

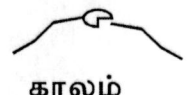
காலம்

வெளிச்சத்தின் உடல்
உருகி மறையும் பொழுதில்
நகரத்திலிருந்து விலகியோடும்
கிளைச்சாலையின் இருபுறமும்
கருத்தரித்த இளமரங்கள்
பிடிமானமில்லா அந்தரத்தில்
உடல்தீண்டும் இன்பத்தை
நொடியிலுணர்ந்த பறவைகளின்
கீழிறங்கும் உதிர்ந்த இறகுகள்
ஊமத்தம் பூக்களின் நெடியையும்
பட்டாம்பூச்சியின் வண்ணத்துகள்களையும்
சுமந்தடங்கும் இளங்காற்று
எவற்றின் பாதிப்புமின்றி
மீயொலியால் வழியுணரும்
வெளவாலைப் போல்
கடந்து செல்கிறது காலம்.

❏

பனிக்குடமும் சில பாம்புகளும்

புராதனமான என் பனிக்குடத்தில்
பாம்புகள் சில நீந்தி மகிழ்கின்றன
பெருத்த கர்ப்பகாலம் தீர்வதற்குள்
நாற்புறமும் என்னுடல் வெடிக்கப்
பிறக்கின்றன பிளந்த வாய்களுடன்.
அவற்றைப் பழக்குவது
அவ்வளவு எளிதாக இல்லை.
சலனங்கள் பூக்காத துவாரங்கள் மறந்து
படர்ந்தயென் மடியுள் ஒடுங்குகின்றன
உறங்குவதற்கும் விழிப்பதற்கும்.
அதனதன் வால்களையே
விழுங்கிக் கொள்ளும் உணவுப்பழக்கம்
விசித்திரமாயிருக்கிறது.
காற்றசையும் ஒலித்தருணத்தில்
பற்றுக்கொடியின் உயிர்வேட்கையாய்
நட்ட என் மீதேறி
விஷத்தைக் கக்குகின்றன.
என்னிழல் என்மீதுவிழும்
மதியப் பொழுதுகளில்
நீண்டு கிடக்கிறேன்
வறட்சியை ருசித்த துக்கஆறு போல.
பாம்புகளுடன் வாழ்வது
சிரமமாயிருக்கிறது
இல்லாமல் வாழ்வதும்.

❏

விருட்சங்கள்

பருவங்கள் வாய்த்த என்னுடல்
காளானைப் போலக் கனிந்து குவிகிறது.
அதன் முன்னும் பின்னும்
கவனமாய் நெய்த ரகசிய உறுப்புகள்
மயிர்க்கால்கள் சிலிர்த்த தோல் முழுவதும்
காமநெய்யின் உருகிய வாசனை
மலர்ந்த இடையைச் சுற்றி
வெதுவெதுப்பான புணர்கதுப்புகளும்
கவிழ்த்துப் போட்ட ஆயுத எழுத்தாய்
காமத்தின் சோழிகளும்
உடலினுள் பொதிந்து மிதக்கின்றன
இப்போது புகையின்வடிவம் கொண்டு
ஒப்பனைகள் ஏதுமற்ற தெருக்கலைஞனைப் போல
கச்சையின் முன்புற வார் அவிழ்க்கிறாய்
பாலூட்டியவைகளை ருசித்தவாறே
அவற்றின் பெயர்சொல்லவும் வெட்கிக்கிறாய்
என் மார்பின் இசைக்கவையை
போரின் கொலைக்கரமாய் நீட்டுகிறேன்.
இனியென் ஆளுகைப் பிரதேசத்தில்
பதாகையை உயர்த்திப் பிடிக்கும்
இளகாத ஸ்தனங்களை
விதையின் அடியிலிருந்து உரக்கப்பாடு
முலைகள் விருட்சங்களாகி வெகுகாலமாயிற்று.

◻

இரவுமிருகம்

பருவப்பெண்ணின் பசலையைப் போல
கவிழத் தொடங்கியிருந்தது இருள்.
கதவடைத்து விட்டு
மெழுகுவர்த்திகளின் மஞ்சள் ஒளியில்
தனியாக அமர்ந்திருந்தேன்.
அப்போதுதான் தினமும் விரும்பாத
அதன் வருகை நிகழ்ந்தது.
நான் பார்த்துக் கொண்டிருக்கும் போதே
என்னை உருவி எடுத்துவிட்டு
இன்னொரு என்னை வெளிக்கொணர்ந்தது.
நான் திகைக்க நினைக்கையில்
அந்தரங்கம் அச்சிடப்பட்ட புத்தகத்தையே
படித்து முடித்திருந்தேன்.
என் கண்களின் ஒளிக்கற்றைகள்
முன்னறையில் உறங்குபவனின்
ஆடை நெகிழ்வுகளில் பதிந்திருந்தன.
கோப்பை நிறைய வழியும் மதுவோடு
என்னுடல் மூழ்கி மிதந்தது.
கூசும் வார்த்தைப் பிரயோகங்களை
சன்னமாய் சொல்லியவாறு
சுயப்புணர்ச்சியில் ஆழ்ந்திருந்த வேளை
பறவைகளின் சிறகோசை கேட்டதும்
என்னை என்னிடத்தில் போட்டுவிட்டு
ஓடிவிட்டது இரவுமிருகம்.

❏

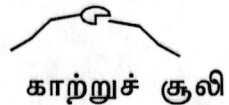

காற்றுச் சூலி

சிறிதும் வெட்கமில்லாது
தினவுகண்ட பெண்ணின் மார்புபோல்
விறைப்புடன் உள்நுழைந்து
தாளிடுகிறாய்.

உன் தலையில் மோதிப் படிந்த
முற்றத்துக் கொடிப்பூவின் மகரந்தப்பைகள்
என்நாசி விளிம்பைத் தழுவி
அரக்கிடுகின்றன.

இருளும் நீயும்
தோள்களை அழுத்திப் பிடிக்க
சுருள்பாம்பாய்
விலகி ஓடுகின்றன ஆடைகள்.

பின்சில நொடிப்பொழுதில்
என்மர்ம முடிச்சவிழ்க்கும்
சூத்திரம் செய்கிறாய்.

தொடைகளின் அடிச்சதையில்
நிணநீர் வழிந்தோட
பூவின் மடல்கிழிந்த வலி உணர்கிறேன்.

எழுந்து
நிர்வாண ஆயுதம்பற்றி
வேறுவழியே வெளியேறுகிறாய்.

இன்றென் வயிற்றில்
வளர்ந்து கொண்டிருக்கிறது
காற்றின் கரு.

❑

ஏவாளின் கனியும் ஆதாமின் அறுவடையும்

திருப்தியான கூடலின் லயத்தோடு
பறவைகள் சதா சப்தித்துக் கொண்டிருந்தன
பருவப்பீய்ச்சல்களிலும் உறுப்புகளின் இச்சையற்று
விலங்குகள் அலைந்து திரிந்தன.
அழைக்கப்படாத மரங்களின் காம்புகள்தோறும்
தளர்ந்த முலையின் சாயலையொத்த பழங்கள்.
வெளிச்சத்தின் நிழலில் ஒளி அமர்ந்திருந்த
அவ்விடம் மிகவசீகரமாய் விளங்கிற்று.
அதனை நிர்மாணித்தவன்
சுனைகளின் அடைப்பைச் சரிசெய்யப் போயிருந்தான்.
நஞ்சுக்கொடியின் முதல்சுவையை அலகிலேந்தி
அவளை ரகசியமாய் சமீபித்தது
வேறு எப்படியும் உருக்கொள்ள இயலாத ஸர்ப்பம்.
விரகத்தின் வேர்வை அவளுள் அரும்பத்தொடங்க
அவனுக்குப் பழக்கினாள்
தன்கனிகளைச் சுவைக்கும் உடல்நுட்பம்
அதன்பின் காமத்திற்கான அறுவடை
அவனுக்கென்றாகிப் போனது.

❏

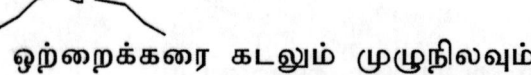
ஒற்றைக்கரை கடலும் முழுநிலவும்

விறைத்த குளிர்காலத்தின் நீண்ட இரவென
என்னுள் தளும்பிக் கொண்டிருக்கிறது
ஒற்றைக்கரை கொண்ட கடல்.
புரண்டு படுக்கமுடியாத சவக்குழியின் பிரேதமாய்
அதன் மயிர்க்கால்கள் முழுவதும்
முதிர்ந்த கொப்புளத்தின் அடர்ந்த சீழென
கொதிநீர் ஊற்றுகள் பீரிடுகின்றன.
சலனங்கள் தேங்கிய அடித்தளத்தின்
உடைபட்ட இடத்தை அடைத்து நிமிர்கையில்
பகுக்க இயலாத வட்டத்தின் கோணம் சுற்றி
விரியன்பாம்பின் அலைச்சீறலாய்
நங்கூரமிட்ட நீர்த்தாழியின் திரைகிழித்து
முழுநிலவின் மறுபுறமும் முயக்கிட
கொந்தளித்து உடைக்கிறேன் மிச்ச கரையையும்.
போகிறவாக்கில் சொல்லிவிட்டுப் போகிறான்
குளமாய் தேங்கியிருக்கச் சொல்லி.

❏

கடைசி விருந்து

விதைகளற்ற பழுத்த கனி ஒன்று
என்னிடம் தரப்பட்டது.

நீலவெளிச்சப் பின்னணியில் அதைப்பற்றிய
ரகஸியங்கள் என்காதில் ஓதப்பட்டதும்
முகத்தை எப்படி வைத்துக்கொள்வ தென்று
எனக்குத் தெரியவில்லை.
உன் நா வறட்சி அடையும்போது
வித விதமான சாறு பிழிந்து தரவேண்டுமாம்.

பட்டாம்பூச்சியின் தாவலைப் போல
பிழிவதும் குடிப்பதும்
ஆரம்பத்தில் கலையாக இருந்தது.

பின்பு உறங்கும்வேளையில் கூட
உன்வாய் சாறு நிரம்பியதாகவும்
உனதொருகை குவளையை
இறுக்கியதாகவும் விளங்கின.

காலாவதியான சுரங்கத்தின் உட்குடைவாய்
கனியின்பகுதிகள் பொலிவிழந்த பின்னும்
குடிப்பதற்குக் கேட்கின்றாய்.

என்மீது உருண்டு திரண்ட
உன் பிரியத்தையே பிழிந்து தருகின்றேன்
அது விஷச்சாறாகவும் இருக்கலாம்.

❑

சுடுகாடு

நித்திரையின் போது
வாயோரம் ஒழுகும் துர்ளச்சிலைச்
சுவைக்கும் கொடுமையான ஸ்தலமது.

நம்மில் யாரேனும்
அங்கு சென்றிருக்கக் கூடும்
துக்கம் கருதியோ
சுய பச்சாதாபம் விரும்பியோ.

அவ்விடத்தின் பூத்தாவரங்கள்
ஆழ வேர்பரப்பி
சதைத் துணுக்கிலிருந்து
நீரெடுப்பவை.

உயரக் கிளை பரப்பி
உடல்மீது
தீப்பூக்கள் சொரிபவை.

வேற்றுக் கருவை
உடல்கீறி உள்வைக்கும் தந்திரமாய்
காலவெளியின் அழுகல் உயிர்களை
மோன உள்விரிவில் முடிப்பவை.

புணர்ச்சியின் உச்சத்தில்
விகாரமடையும் முகத்தைப் போல
ஊர்வலம் ஒன்று எதிர்ப்படும்போது
நினைவுக்கு வந்துவிடுகிறது
அச் சுடுகாடு.

❑

இரவினைத் தின்று தின்று
வெளிச்சம் கசிய
விழிகளை மலர்த்துகிறது பகல்.
செதிலுரித்துச் செல்லும்
உன் நினைவுகளைப் போல.

தேனில் தோய்ந்த கசப்பு
உள்ளிறங்கும் சங்கடமானதொரு கணமாய்
காற்றின் பக்கங்களைப் புரட்டி
உன் குளிர்ச்சொற்களை மெல்லுகிறேன்.

ரகஸியங்களை அடியில்போட்டு
மேலேறி அழுத்தும் கடலின் பொழுதில்
குடும்பச்சுமையும் உன்இயலாமையும்
வலிய காரணங்களாக
முதுகுகாட்டி வெகுதொலைவில்
புள்ளியாகி மறைந்தே போனாய்.

தரைக்கு முகங்கொடுத்து
படுத்துக் கிடந்த என்
வெப்பஉலைகள் வெதும்பிவழிந்த சுடுநீரை
நாவினால் நீர்த்தது
நான் வளர்த்த நாய்.

❑

ஒருவழிப்பாதை

இரவு
ஆடைகளைக் களைந்து விட்டு
நிர்வாணமாய் வீற்றிருக்கிறது
ஒரு மாயக்காரியின் புன்னகையைப்போல்.
இம்முறையேனும்
வெட்கக்கனி புசித்த வாயால்
உன்னை அழைக்க முற்படும்போது
எங்கிருந்தோ வெளிப்படும் உன்கை
தாபம் மேலிட்ட ஸர்ப்பமாய்
முயக்கிச் சாய்க்கிறது என்புனைவுகளை.
கடைசி நிகழ்வின்
விரகம் எரித்த தாம்பத்யப் புகை
ஒருவழிப் பாதையில்
நுழைந்து நுழைந்து வெளியேறி
இளைப்பாறுகிறது
என்னை இழுத்துப் போர்த்திய
இருளின் நிழலில்.

◻

எனக்கான கேள்வி
உன்னிடத்திலும்
உனக்கான பதில்
என்னிடத்திலும்
யாரிடமும்
எதுவும் இல்லையென
பாவித்துக் கொண்டிருக்கிறோம்.

❏

உலகத்து மொழிகளின்
அத்தனை அகராதிகளிலும்
தேடித்தேடி
கடைசியில்
தெரிந்து கொண்டேன்
உன் பெயரில்
காதலுக்கு நிகரான
இன்னொரு சொல்லை.

❏

வெப்பத்தைத் தின்ன முடியாமல்
பெருங்குரலெடுத்து அழுகிறது காற்று.
தூரத்தே
வெட்கமறியாத குழந்தையைப் போல
நிர்வாணமாய் நிற்கின்றன மரங்கள்
நீரைத்தேடிக் களைத்த நதிஒன்று
கடலில் கால்நனைத்து
அள்ளிப் பருகுகிறது அதன் தீராத நீரை.
இரத்தசோகை பீடித்த மேகங்கள்
ஈரமருந்து தேடுகின்றன.
கிழக்கில் வெந்த
சூரியனைச் சுவைத்து விட்டு
எதிர்ப்புறம் சாய்கிறது பகல்.
முன் எப்போதோ
கனிமரங்கள் செழித்திருந்ததைக்
கானலில் கண்டு மருகுகிறது பருவம்.

❑

கலவி வாசனை

கிழிந்த தேகத்தை
நேர்படுத்திக்கொண்டு நிமிர்கிறேன்.
மறுபடியுமென்
உறுப்புக்கிளைகள் ஒடிந்துவிழும்படியாக
வந்தமர்கிறது ஓர் உருவபூதம்.
ரகஸியங்கள் போர்த்தப்பட்ட பெண்மையை
தன் விரல்அம்புகளால்
நேர்த்தியுடன் தோலுரித்துச் செல்கிறது
ஒரு தேர்ந்த வௌவாலைப் போல.
உயிர்மண் உதிரஉதிர
வெடித்த பிளவுகளில் கசியும்
எச்சிலும் காமநீரும்
உடலாறு முழுக்கப் பரவிப்பாயும்
முடிவின் பிந்தைய கணத்தில்
இரத்தம் தோய்ந்த ஆடையைத்
துவைத்துப் போடுகிறேன்
பிரபஞ்சமெங்கும் கலவிவாசனை.

❑

மெல்லிய
புலால் நாற்றம் வீசுகின்ற
நானும்
தசைகளை முற்றாகப்
பிய்த்தெடுத்த எலும்புகள் தொங்கும்
என் வீடும்
கொட்டாங்கச்சியில் தோலைக்கட்டி
பறையொலி பழகும்
விடலைகள் நிறைந்த
என் தெருவும்
ஊரின் கடைசியில் இருப்பதாக
நினைத்துக் கொண்டிருக்கிறார்கள்
நான் சொல்லிக் கொண்டிருக்கிறேன்
முதலில் இருப்பதாக.

❏

செத்துப்போன மாட்டைத்
தோலுரிக்கும்போது
காகம் விரட்டுவேன்
வெகுநேரம் நின்று வாங்கிய
ஊர்ச்சோற்றைத் தின்றுவிட்டு
சுடுசோறெனப் பெருமைபேசுவேன்.
தப்பட்டை மாட்டிய அப்பா
தெருவில் எதிர்ப்படும்போது
முகம் மறைத்து கடந்துவிடுவேன்
அப்பாவின் தொழிலும் ஆண்டுவருமானமும்
சொல்ல முடியாமல்
வாத்தியாரிடம் அடிவாங்குவேன்.
தோழிகளற்ற
பின்வரிசையி லமர்ந்து
தெரியாமல் அழுவேன்.
இப்போது
யாரேனும் கேட்க நேர்ந்தால்
பளிச்சென்று சொல்லிவிடுகிறேன்
பறச்சி என்று.

❏

பறக்கடவுள்

சொல்லுகிறீர்கள்
முதுகு விரியக் காய்ந்தால்
அதன்பெயர் பறவெயில்.

உலரும் புழுத்த தானியத்தை
அலகு கொத்தி விரையும்
அது பறக்காகம்

கையிலிருப்பதை
மணிக்கட்டோடு
பறித்துச் சென்றால்
அது பறநாய்

நிலத்தை உழுது
வியர்வை விதைத்தால்
அது பறப்பாடு.

சகலத்திற்கும் இப்படியே
பெயர் என்றால்
இரத்தவெறியில் திளைக்கும்
எது அந்தப் பறக்கடவுள்.

❏

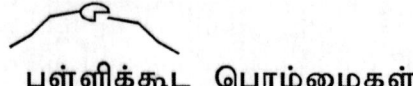

பள்ளிக்கூட பொம்மைகள்

நிரந்தரமானது என்னுடைய பணி

அச்சுகளை மீறிப்பிதுங்கும்
சதைப்பிண்டங்களை
வெட்டி எறிந்துவிட்டு
உருவங்களை வார்த்தெடுப்பது.

உள்நுழைந்தவை வெளியேறாவண்ணம்
பிளந்த வாயோ வெறித்த கண்களோயின்றி
முகம்முழுக்க காதுகளே விடைத்திருக்கும்.

என்னுள் நிரம்பித் தளும்பியவற்றை
அவற்றின் உடல்கீறி
முற்றாத மனக்கிழங்குப் பறித்தபள்ளத்தில்
கொட்டிக் கவிழ்ப்பேன்.

என்தாகம் தீர்ந்தபிறகு
நூல்கட்டிய கனவுகளைக்
கைகளில் திணித்து
அவற்றை விரட்டிடுவேன்
வாழ்வின் வெளிக்கு.

❏

பால்ய மொழி

இதுவரை எவரும் பேசியிராத
குறிகளாலும் சைகையாலும் உணர்த்தமுடியாத
கர்ப்பத்தில் மிதக்கும் மொழிஒன்று
எனக்கு வேண்டும்.

அது
என் கிழிந்த உள்ளாடைகளில்
அந்தரங்கத்தைத் தேடாத கண்ணியமானது.
கடக்கும் போது முதுகில் குத்தாத
ஓராயிரம் சொற்களைக் கொண்டது.

சொல்வதற்கென்றே ஞாபகத்தில் இருத்திய
பின்னிரவுச் சொப்பனங்களைப்
புலம்பல்களாக அர்த்தப்படுத்திக் கொள்ளாதது.

அதன் அர்த்தங்கள் ஆகாயவிரிவு கொண்டவை.
அதன் கனிந்த சொற்கள்
நாக்கின் மெல்லிய தோலைப் புண்ணாக்காதவை

அப்பிரத்யேக மொழியின் திறவுகோல்கள்
கண்ணீரை விட்டொழித்துக் கம்பீரம் பிரசவிக்கும்.

அதிலென் அகரத்தைக் கண்டஞ்சி
கரிபடிந்த கண்ணாடிச்சில்லுகளுக்கே திரும்பும்படி
புளிப்பும் கசப்புமான அழுகிய மொழியில்
என்னிடம் நீ கெஞ்சுவாய்

அதையும் வெளிப்படையாக எழுதுவேன்
இரத்தம் பிசுபிசுக்கும் என் பால்யமொழியில்.

❑

குடைகளின்கீழ் மழையின் பாடல்

கனவுகள் தீர்ந்துபோன ஒரு கணத்தில்
சன்னல் வழியே
மழையின்பாடல் ஒலித்துக் கொண்டிருந்தது
நீண்டதூரம் பயணித்துவந்த அதன்கால்கள்
மிகவும் நடுக்கமுற்றிருந்தன
உடுத்தியிருந்த ஆடையின் ஓரத்தைக் கிழித்து
கால்களில் இதமாகச் சுற்றினேன்
அப்போதும்
பாடல் ஒலித்துக் கொண்டிருந்தது
தூரத்தில் மரத்தின் கிளையொன்று
முறிந்து விழுந்தது
இதழ்களைப் பிரிக்கவியலாமல்
பூக்கள் கட்டுண்டு கிடந்தன
பூட்டிய கதவை முட்டியபடி
நீர்த்துளி கோத்த நாய்க்குட்டியொன்று
அதற்குள் நான் மழையின்
ரசிகையாகி விட்டிருந்தேன்
இருவரும் தேநீர் பருகியபடி
வேடிக்கை பார்த்துக் கொண்டிருந்தோம்
பின் ஆதுரமிக்க இருவரிகளைப்
பரிசளித்துவிட்டு இடம்பெயர்ந்தது மழை
வாசலில் நின்று நெடுநேரம்
கையசைத்துக் கொண்டிருந்தேன்
கறுப்புத்துணி போர்த்தியவாறு
வழிப்போக்கர்கள் கடந்து செல்கின்றனர்.

❑

விடுமுறைநாளின் ஓவியக் காட்சியறை

கதவடைத்ததும்
சட்டத்திலிருந்து இறங்கி வருகின்றன
எஞ்சிய ஓவியங்கள்.
உடல்முறுக்கேறி ஒற்றைக்கையுடனும்
ஆடைகளைத் துறந்து காற்றைத் தழுவியும்
எண்ணிறந்த விதமாய்.
பிரதான அறையொன்றில்
பூத்த வியர்வையைத் துடைத்தபடி
நிகழ்வுகளைப் பகிர்ந்து கொள்கின்றன
அறைகளைக் கூட்டியவன்
தன் முப்பரிமாண முலைகளை
வெறித்ததாய் பகன்றது ஒன்று
குதிகால் உயர்ந்த பார்வையாள யுவதியின்
மயக்கம் தீராமல் இன்னொன்று
விற்காமல் போனதற்காய்
சில வாழ்வோவியங்கள் வருத்தப்பட்டன.
இரகசியமாய் உதடுரசிக் கொண்டன
இரு பெருந்திணை ஓவியங்கள்.
வெறுங்கையுடன் வெளியேறிய சிறுவனின்
ஏக்கத்தில் அழுதது குட்டி ஓவியம்
இடையிடையே வண்ணங்களைக் குடித்தபடி
அரங்கினுள் ஆடித்திரியும் ஓவியங்கள்
தாழ்திறக்கும் ஓசைமடுத்து
காப்பிடப்பட்ட சட்டங்களில்
விரைந்தேறித் தொங்குகின்றன
மனித சஞ்சாரத்தில்
ஓவியங்கள் உலவுவதில்லை.

❏

மரணம்

முற்றிய கருவேலங் காட்டினூடே
கடந்து செல்கின்ற வேளை
முனகலோசை மிதந்து வருகிறது
அப்போதுதான்
வெதுவெதுப்பான மூச்சுக்காற்றின்
வெப்பத்தை உணரும் இடைவெளியில்
அதைச் சந்தித்தேன்
குற்றுயிராய் கிடந்ததன் கண்களில்
அதிகார யாசகம் பீரிடுகிறது
உள்ளங்கைக்குள் அடக்கி
என்னறைக்குச் சுமந்து வருகிறேன்
திகைப்பும் தயக்கமுமாய் அமர்கிறது
காயங்களில் மருந்திட்ட
என்கரிசனம் அதைக்
கட்டுறச் செய்திருக்க வேண்டும்
பின் நெருக்கமாய் படுத்துறங்கினோம்
ஒழிந்த கதைகளை மீட்டெடுத்து
இரவெல்லாம் பேசிக்கொண்டோம்
நான்கு உதடுகளுக்கும்
பொதுவான தேநீர் கோப்பையாயிற்று
ஒருநாள் மின்னலை ஒடித்துவந்து
தன் பிரகாசத்தை நிரூபித்தது.
அழுக ஆரம்பித்த என்னை
நன்றியதலாய் தன்னிருப்பிடத்திற்குக்
கொண்டு சென்றது மரணம்.

❑

புயல் சின்னம்

மயிர்கள் சிரைக்காத என் நிர்வாணம்
அழிக்கப்படாத காடுகளைப் போல
கம்பீரம் வீசுகிறது
இயற்கையின் பிஞ்சு நிறத்தில்
ஆழ்ந்துகிடக்கும் என்னுடலை
தூரநின்று கவட்டுச் குச்சியால்
கிளறிப் பார்க்கிறாய்
பாறையிடுக்குகளில் தேங்கிக் கிடக்கும்
ஒளிபருகாத நீரைப்போல
தேய்மானமற்ற மொழியில்
உன்னை வரவேற்கிறேன்
என் கண்களின் தீட்சண்யம்
உன் பாலுறுப்பைத் தளரப் பண்ணுகிறது
கூரிய ரம்பத்தால் அறுக்கப்பட்ட
நெடுமரத்தின் சரியும் ஓசையென
இசைக்கப்படுமென் பாடல்
உன்னைக் கோபமூட்டுகிறது
பல்தடங்களற்ற முலைகளில் மூழ்கி
காமங்கள் தீர்ந்த வறட்டுத் தோலில்
தலை தூக்குகிறாய்
பசிய கற்றாழையின் கூராய்
விரிகின்றன என் விரல்கள்
அவிழ்ந்த ஆடையை இறுக்கியபடி
நகரத்தெருக்களில்
சொல்லிக்கொண்டு ஓடுகிறாய்
ஆதிவாசியொருத்தி கரை கடப்பதாக.

❑

ஒப்பந்தம்

நம்மிருவருக்குமிடையே
ஓர் ஒப்பந்தம்.
கொஞ்ச காலம்
நீ நானாகவும்
நான் நீயாகவும்
வாழ வேண்டுமென.
ஒப்பந்தக் காலம்
முடிவடைந்த பொழுதொன்றில்
சந்தித்துக் கொண்டோம்,
நீ நீயாகவும்
நான் நானாகவும்.

❏

கைநிறைய கவிதைகளோடு
உன்னிடம்
வந்து கொண்டிருக்கிறேன்
எண்ணமுடியாத முத்தங்களோடு
நீயும் எதிர்ப்படுகிறாய்
ஒரு முத்தமிடலில்
பல கவிதைகளும்
ஒரு கவிதையில்
பல முத்தங்களும்
கைநழுவிப் போகின்றன.

❏

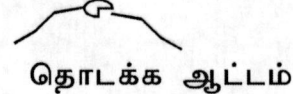
தொடக்க ஆட்டம்

தொடக்க ஆட்டத்தின் முதல்நாளாக
அன்று அறிவிக்கப்பட்டிருந்தது.
விதானத்தின் நாற்புறமும்
காற்றிலாடும் திரைத்தொங்கல்கள்.
சூலகம் வெடித்த பூக்கள்தோறும்
செயற்கை மணமூட்டல்.
ஆடைதளர்த்திக் கொள்ளல்வரை
ஓதி அனுப்பப்பட்டன.
களமிறங்கிய என்
வெள்ளுடையின் பரிசுத்தம்
உன் எலும்புகளின் நிணத்தைத்
தாழப் பண்ணுகிறது.
பின்
சக்கரத்தைச் சுற்றிக்கொண்டே
வலியகைகளால் என்னை வனைகிறாய்.
கைக்கு வாகாய் உருவம் பிடிபட்டதும்
அரிந்தெடுத்து அடிதட்டி
உலர வைக்கப்படுகிறேன்.
தொலைவிலெரியும் உன்சூளையின்
தகிப்பு தாங்காமல்
மண்ணுக்குள் இறங்குகிறேன்
சிந்திய காமத்தையும்
உடையாத சினைமுட்டைகளையும்
சேகரித்துக்கொண்டு.

❏

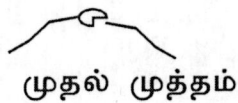
முதல் முத்தம்

வெகுநாட்களாகின்றன
முத்தங்களைப் பரிமாறிக் கொண்டு.

கூர்தீட்டிய கல்லால்
நறுக்கப்பட்ட தொப்புள்கொடிபோல்
துருத்திக் கொண்டிருக்கிறது
நம் உதடுகளுக்கிடையே முத்தம்.

ஒவ்வொரு முறையும்
இரத்தஓட்டம் தடைபட்ட
வறட்டு முத்தமாகவே
நிகழ்ந்து விடுகிறது.

உதடுகளைச் சீண்டிப் பெறப்பட்ட
அம்முத்தத்தின் சத்தம்
வெறுமைச்சுவரில் பட்டுத்திரும்புகிறது
போர்க்களத்தின் பேரோலமாய்.

ஸ்பரிசத்திலிருந்து
பருகப்படாத அது
ஒளியின் நேர்க்கோடென
காய்ந்து கிடக்கிறது

விழித்திருக்கும் நேரங்களில்
கதவடைப்பைச் செய்கின்றன
கானல் உதடுகள்

அசந்தர்ப்பமான வேளைகளில்
வளைந்த ஆடிகளாய் உறங்கும்போது
வெற்றிடத்தை நிரப்புகிறது
எப்போதோ பெற்ற
நம் முதல் முத்தம்.

❑

வார்களால் இழுக்கப்பட்ட தோலாய்
உன் இசைவுகளுக்கேற்ப
கட்டப்பட்டிருக்கிறது என்னுடல்.

ரத்தம் தெறிக்குமென்
துவாரங்களிலிருந்து வெளிக்கிளம்பும்
கயிறுகளின் நுனிகள்
உன் கைகளுக்குள்
சுருண்டிருக்கின்றன.

அலையின் குறுக்குத் தக்கைபோல்
தளர்வும் விறைப்புமாய்
ஒலி எழுப்புகின்றன
உடலின் பரப்புகள்.

உன் வாயிலிருந்து
புறப்படும் வன்மக்காற்று
திடவடிவில் திரண்டிருக்கிறது
ரோமங்கள் அற்ற
என் முலைகளின்மேல்.

மெல்லக் குரலெழுப்பி
தொண்டை அதிர்விலிருந்து
நெருப்பெடுத்துக் கொள்கிறேன்.

உருகத் தொடங்குகிறது
உன் விஷம்.

உன்னிலிருந்து விடுபட்ட
சிறகு வளர்ந்த பட்சியாய்
பறந்து போகின்றேன்
உன்மீது கடந்துபோகிறது
என் கறுத்த நிழல்.

❏

இன்னொரு உலகம்

விளம்பரங்கள் ஏதுமற்ற
துணிப்பை ஒன்றுடன்
சருகின் லாவகமாய்
மெல்லப் பறக்கின்றேன்.

சுருங்கிய பை சலசலத்து
உள்ளீடை நினைவுபடுத்துகிறது.

கூறுகட்டப்பட்ட மேகத்தில்
கொஞ்சம் அள்ளி நிரப்புகிறேன்.

என் சிறகுரசிப் பறந்தேகும்
கரும்புள்ளியிட்ட பறவைக்குஞ்சுகளை
முத்தமிடுகிறேன்.

கூரிய கத்தியால் துண்டமிடப்பட்ட
சுருக்கம் நீங்கிய வானில்
ஒன்றிரண்டு எடுத்துக் கொள்கிறேன்.

அழுகல் இல்லாத
பிஞ்சு நட்சத்திரங்களும்
புடைத்த பைக்குள்
சேகரமாகின்றன.

நிலவின் காற்றைப் பிதுக்கியெடுத்து
ஊதாத பலூனாய்
உள்ளங்கைக்குள் இறுக்கிக் கொள்கிறேன்.

எஞ்சிய
மலைச்செடியின் சூரியப்பழத்தையும்
இழுத்துப் பறித்து
தரையிறங்குகிறேன்.

வானத்தின் ஓட்டைவழியே
உருகி வழிகிறது
இன்னொரு உலகத்தின்
ஒளிச் சாறு.

❏

முதுகின் மேலொரு வீடு

திரண்டசதைகளின் புறத்தோல்தேய
பாதரச அடர்த்தியாய்
முதுகில் அழுத்துகிறது
ஏதோ ஒன்று.

கையைப் பின்புறம் திரட்டி
துழாவிப் பார்க்கிறேன்
தட்டுப் படுகிறது
இறுகச்சாத்திய வீடுஒன்று.

உச்சியில் ஒற்றைக்காலுடன்
ஓயாமல் அழும் காலப்பறவை.

கருங்கல்பதித்த அறையின் உட்புறம்
சிந்திக் கிடக்கிறது
பூட்டப்பட்ட வீட்டின் சாவி.

அறைகளின் குறுகலான வழிகளெல்லாம்
புகைபோக்கி செருகப்பட்ட
இருட்டறையில் திறக்கின்றன
இதயத்தின் ரத்தநாளங்களாய்.

வாசக சாலையின்
அதிமதுரப் புத்தகங்கள்
கழிவுநீர்த் தொட்டிகளில்
பயணப் படுகின்றன.

உயிர்பிதுங்கும் அவஸ்தையை
சகிக்க முடியாமல்
வெடிமருந்து எழுத்துகளைப்
பின்புறம் வீசுகின்றேன்

வெடித்துச் சிதறுகிறது வீடு
நிமிர ஆரம்பிக்கிறது முதுகு.

❑

எழுத்தாசை

வெளித்தெரியும் கண்ணிவெடியில்
கால் பதித்திருக்கும் அவஸ்தை
அதனோடு வாழ்வது.
எல்லோரிடமும் என்னை
அறிமுகப்படுத்தி வைக்குமதன்
குறுக்கீடுகள் அதிகரித்து விட்டன
என் ரகசியச் செய்கைகளிலும்
கோப்பையில் வழியும்
கருந்திரவத்தின் கசந்தபோதையிலும்
என்னை முழுக்கநனைத்து
என் சுயநினைவுகளை
உறிஞ்சிக் கொள்கிறது.
என் அந்தரங்க அறையில்
வடிகட்டாத காற்றாய்
நுழைந்து வெளியேறி
உலராத ஈரத்தில் பதிக்குமதன்
கால்தடங்கள்
கழிவறைகளில் அசூசையாயிருக்கின்றன
பின்னிரவில்
சிலிர்ப்புகள் பூத்த என்னுடலில்
வெறியாட்டம் போடுமதை
வெற்றிடத்தின் வாய்க்காலில்
அமிழ்த்திவிட்டுத் திரும்புகிறேன்.
வரவேற்பறையில்
சம்மணமிட்டு அமர்ந்திருக்கிறது
தொலைத்துவிட்டு வந்த எழுத்தாசை.

❑

பழஞ்சொற்களின் மரணம்

நானொரு பழஞ்சொற் சேகரிப்பாளி.
நெடிய இரவொன்றில்
பாழ்மண்டபத்தின் புராதனநெடி வீசும்
சொற்கள் சேகரமாயின.

காடுகளின் வழியே பயணிக்கையில்
ரகசியம் பிதுங்கும் அதிமர்மச் சொற்கள்
வேர்க்கசிவுகளோடு கிடைத்தன.

பிறகு
சபிக்கப்பட்டிருந்த பாலைவனத்தில்
பதப்படுத்தப்பட்ட வாய்களின்
பற்கடிப்புச் சொற்களை
ஆழத் தோண்டுதலுக்குப்பின்
சேகரித்துக் கொண்டேன்.

பசிய வயல்வெளிகளில்
தேவதைகள் தின்று வீசிய கதிர்ப்பருக்கைகளோடு
சிந்திக் கிடந்தன சிலசொற்கள்.

சொற்கள் சேரச்சேர
முதுகுப்பை வீங்கிக்கொண்டே வந்தது.

சுவாசத்தை வெட்டினாற் போலிருந்த
கணவாயைக் கடக்கும்போது
சொற்களின் புணரமுத்தம் தாங்காமல்
அவற்றை விட்டுவிட்டு
குறுக்கிட்ட நீரிலிறங்கினேன்.

திரும்பிவந்து பார்த்தபோது
சொற்கள் தூக்கிலிடப்பட்டிருந்தன.

❑

வனத்தின் வழிஅனுப்புதல்

வெடிகனியின் உலர்விதைபோல்
வருகையை முன்னறிவிக்காமல்
பறந்து உன்னுள் விழுகிறேன்.
திடுக்கிடாமல்
தளிர்வாசலை உட்புறம் திறக்கிறாய்.
கண்பாவை விரியாமல்
மெல்லிய இருட்டு பழக்கமானதும்
சுவர்களால் கட்டுறாத அறைகளை
ஒவ்வொன்றாகக் காட்டுகிறாய்
நகலெடுக்க இயலாத
ஒலிப்பேழையின் ஆதி இசை
உன்னிடம் நிரம்பி வழிகிறது.
சகலபட்சிகளின் இணைகள்
உன்முதுகைத் துளைத்துப்
பறந்து செல்லுகின்றன.
சரசரவென உட்புறம் உன்னை
அரிந்து காட்டுகிறாய்.
மண்ணுக்கு முந்திப் பிறந்ததைக்
காட்டுகின்றன வயதுக்கோடுகள்.
மெல்ல உன் பச்சையம்
என்மீது பரவத் தொடங்குகிறது
விடுபட்டு வேரின் நீர்க்கண்ணாடியில்
உருவம் பார்க்கிறேன்
முளைத்திருக்கின்றன
தலையில் நுனிமொட்டும்
அடியில் கிளைவேரும்.

❏

மரணித்தவனின் மிச்சம்

மழைக்காலத்தில் குரலெழுப்பும்
தவளையின் காற்றுப்பையாய்
துயரத்தால் பெருத்திருக்கிறது
மரணித்தவன் வீடு.

வாழ்ந்த பொழுதுகளில்
அவனது கழிவிரக்கமும்
முற்றிய கொடுங்கோன்மையும்
இரத்தமுறைந்த முதுகின் பின்புறம்
அலசப் படுகின்றன.

விதவிமான குரல்களில்
உருகி வழிகின்றன
உயிரின் இழப்புகள்.

அசைவற்றவனின் ஆன்மா
சூடேறிய புகைவளையமாய்
காலவெளிக்குள் பயணிக்கிறது
ஒளிவேகத்தில்.

இறுதி ஊர்வலத்தின்
சிந்திய பூக்களில்
அறுந்து தொங்குகிறது
வாழ்வின் இரகசியம்.

உள்ளறையிலிருந்து
கழுவித் தள்ளும்
முற்றத்து நீரில்
தளும்பித் தெறிக்கிறது
மரணித்தவனின் மிச்சம்.

❏

ஓட்டம்

சிக்கலான விதிமுறைகள்
கொண்டது
என்னுடைய ஓட்டம்.

தோற்பவர் எவருமின்றி
வென்றுவிட வேண்டும்
வெல்பவர் எவருமின்றி
தோற்க வேண்டும்.

பயணத் தூரத்தை
மனம் தீர்மானித்துக் கொள்ளலாம்.
தொடக்க இடத்தில்
கால்கள் குறியிட்டுக் கொள்ளலாம்.

பயணிக்க வேண்டிய
பாதையை
நதியோரமோ
வெளிச்சத்தின் சாயல்படாத
வனத்தின் வழியோ
சாம்பல்படிந்த
எரிமலைப் படிவுகளைக் கடந்தோ
ஆதித்தோட்டத்தின் அந்தரங்க வழியோ
கண்கள் தேர்ந்தெடுத்துக் கொள்ளலாம்.

கடக்க முடியவில்லையெனில்
இடையில் இளைப்பாறிக் கொள்ளலாம்.
காலத்தின் கைகளில்
நிறுத்துகடிகாரம் இல்லை.

திரும்பிவரும் தூரம்கூட
முன்னோக்கிய பயணத்தில்
சேர்த்துக் கொள்ளப்படும்.

ஓட்டத்தை முடித்து வைக்க
கையசைவுகளோ
கொடியசைப்புகளோ
ஏதுமிருக்காது.

பின்
எவை என்னைத்
தீர்மானிக்கும்?
நான் இல்லாதபோது
என் தொடக்க இடத்தில்
குவியும்
உங்கள் காலடித்தடங்கள்.

❏

தீ எரியும் சத்தம்

உன் செய்கைகள் குறித்து
யாதொன்றும் நான்
கவலைப்படப்போவதில்லை
அதிர்ச்சியில் வாய்பிளந்த
நிலத்தின் ஆழங்களில்
என்னுடலைப் புதைத்திருக்கிறாய்
மெருகூட்டப்பட்ட கண்ணாடிப்பேழையுள்
என் வார்த்தைகளை நிரப்பி
கால்களுக்கிடையில்
உருட்டி விளையாடுகிறாய்
குளிர்ந்த என் மெய்ப்பாடுகளை
துர்நாற்றம் வீசும் வாயால்
ஊதி உடைக்கிறாய்
என் விழித்திரைகளில் எல்லாம்
உன்பிம்பம் குவிக்கப்பட்டிருக்கிறது
நான் இல்லாத உலகத்தில்
என்ன செய்யமுடியும் உன்னால்?
நீ மோசமானவன்.
புணர்ச்சிக்கும்
பலநூறு வழிகளை வைத்திருப்பாய்
உறுப்புகள் சுருங்கி
சலிப்பின்மேட்டில் அமரும் போது
புதைத்த இடத்தில் தோண்டுவாய்
உருமாறி யுகயுக ஆற்றலாய்
வெளிப்படுவேன்
மூடிகளற்ற உன் காதுகளால்
கேட்காமலிருக்க முடியாது
தீ எரியும் சத்தம்.

❏

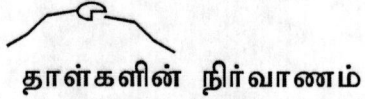

தாள்களின் நிர்வாணம்

என் கறுத்த ஆழங்களில்
உன்கசடுகள் படிந்தபின்
உறங்கிப் போகிறாய்
உன் அடியிலிருந்து உருகி
மழுங்கிய அலைகளின் பரப்பில்
தீர்ந்த கதைகளை எழுதுகிறேன்
உரத்த மஞ்சள் நிறத்தில்
எழுத்துகளின் மை ஒளிர்கிறது
முதுகின் கசகசப்பில்
புரண்டு படுத்தவன்
என் மின்னலின் அதீதத்தால்
தாக்குண்டு எழுகிறாய்
இயல்பாய் அத்தியாயங்கள் இடம்மாற
கருமுட்டையிலிருந்து
திருத்தங்கள் ஆரம்பிக்கின்றன
வார்த்தைகளின் முதுகு
ஒடிக்கப்படுகிறது
சொற்களின் அர்த்தங்கள்
பதுக்கப்படுகின்றன
உன் வஞ்சனை நீரால்
பெரும்பள்ளங்கள் நிரம்புகின்றன
ஒருவாறு உன்னமிலங்கள் வடிந்ததும்
எல்லாம் அடிக்கோடிட்டு
அழிக்கப் பட்டிருக்கின்றன
குறட்டை ஒலியோடு உறங்கும் உன்னை
ஏளனமாய் பார்க்கிறது
அத்தாள்களின் நிர்வாணம்.

❑

ஆதித்தாயின் கைரேகை

ஒளியுடல் கொண்ட அப்பிரதேசத்தில்
என்பெயர் அழைக்கப்பட்டவுடன்
முகத்திலறையும் காற்றைப்
பருகியபடி நுழைகிறேன்
பாம்புகள் இணைந்தடங்கும்
ஓசையினும்
மெலிந்துவிடுகிறது என்குரல்
ஆழ்கடலின் குளிர்நீரோட்டத்தை
ஒத்ததாயிருக்கிறது
என் நடையின் சாயல்
ஆடைக்கிழிசலைக் கையால்
மறைக்க முயன்று தோற்கும்
சிறுவனின் மருட்கை
என் தோலில் படிந்திருக்கிறது
கொடிகள் பின்னிய வழி
முற்றுப்பெற நிமிர்ந்து பார்க்கிறேன்.
கல்லாய் சமைந்து நிற்கிறது
ஆசிர்வதிக்கப்பட்ட அவ்விருட்சம்
ஆயிரமாயிரம் காலஅழுத்தம்
அதன் கண்களில் வழிகிறது
உடல் முழுவதும்
காலொடிந்த குகை ஓவியங்கள்.
குறிப்பெடுத்துக் கொண்டு திரும்பும்
என் கைகளில் சிவந்த பழமொன்று.
அதில் அழுத்தமாய் படிந்திருந்தது
ஆதித்தாயின் கைரேகை.

❑

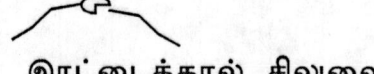
இரட்டைக்கால் சிலுவை

இரட்டைக் கால்களுடன் நிற்கிறது
விநோதமாய் சிலுவைமரம்
கயிறுகளைக் கொண்டு உயர்த்தப்படும்
என்தலையில் சுற்றப்பட்டிருக்கிறது
உபயோகமற்ற லங்கோட்டுத்துணி
உதடுகளில் சிவப்பு வண்ணம்.
என்கால்களும் விரிக்கப்பட்டு
கிளைமுறியும் விசையுடன்
இறக்கப்படுகின்றன ஆணிகள்
நெருப்புக் குழம்பெனப் பரவுகிறது
செஞ்சூடான இரத்தம்
நான் எதையும் முணுமுணுக்கவில்லை.
மலையின் நெளிந்த பாதையில்
நீண்டிருக்கிறது வரிசை
அவரவர் விரும்பியபடி
ஆணிகளால் நிரப்பப்படுகிறது
என்னுடல்.
நிர்வாணம் கரைந்த புளிப்புநீர்
வாயில் பட்டதும்
என் திரைச்சீலை இரண்டாகக் கிழிகிறது
திருப்தியுடன் திரும்பிச் செல்லும்
உம்மை எதிர்கொள்கின்ற
சந்ததியின் குறிகளிலெல்லாம்
ஆணித் தழும்புகள்.

❑

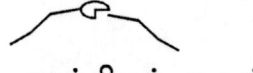

சாத்தியக் கூடல்

என் அறைக்குள் பிரவேசிக்கும்
உன் விழித்திரையில் பதிகிறது
வியப்பின் பிம்பம்
நாற்புறமும் சுவர்களற்ற
அறையும் அமையக்கூடுமென்பதில்
குழப்பமுறுகிறாய்
உன் வருகையின் வெளிச்சம்
கதவுகளெவையும்
பொருத்தப்படாததை அறிவிக்கிறது
கூரையிலிருந்து
நட்சத்திரங்கள் கொட்டுகின்றன
நாயின் தோலாய் வழுக்குகிறது
காலடியில் தரை.
உன் செல்களின் உட்கருக்கள்
நீளத் தொடங்குகையில்
தும்பிகள் திரியும் வெளி
உன்னை வெட்கமூட்டுகிறது
உயிருள்ள மரங்களால்
அலங்கரிக்கப்பட்ட என்னை
குளிர்விக்கப்பட்ட கண்ணாடித் திரவம்
திரைச்சீலையாய் தொங்கும்
உன்னிருப்பிடத்திற்கு அழைக்கிறாய்
முகச்சதை அதிரச் சிரிக்கிறேன்
தெருவோரக் கல்லில்
குறியைக் கூர்தீட்டிக் கொள்ளுமுனக்கு
கூடல் எங்கேயும் சாத்தியம்.

❑

சுயரகசியங்கள்

இரகசியங்கள்
அதி அற்புதமானவை.
முத்தத்தின் கசந்த போதையோடு
எப்போதும் என்னிடம்
சேர்ந்துகொண்டே இருக்கின்றன
நிபந்தனைகள் ஏதுமின்றி
எல்லா இரகசியங்களையும்
எல்லோரிடமும் சொல்லிவிடுகிறேன்
உடலிணையும் தருணத்திலரும்பும்
நீலவியர்வையாய்
ஒளிர ஆரம்பிக்கின்றன அவை.
வலியைச் சுழன்றடிக்கும்
மாதத்தின் இரத்தநாட்களைப் போல்
மீண்டும் சில இரகசியங்கள்
மேலேடாய் படிகின்றன.
என் வண்டல் சமவெளியில்.
உடனுக்குடன் அப்புறப்படுத்தப் படுமவை
தேமலின் சிவந்த நிறத்தோடு
வெளியெங்கும் சுற்றித் திரிகின்றன
இரகசியங்களெனும் பிரக்ஞையற்று.
ஆனாலும்
விரிசலுற்ற மனத்தாழிக்குள்
ஒளிந்து கிடக்கின்றன
ஓராயிரம் சுயரகசியங்கள்.

❑

காதலற்ற கோடைக்காலம்

முதிர்ந்த வெயிலால் நிரம்பியுள்ளன
யாருமற்ற வீதிகளின் பள்ளங்கள்
கானல்நீரைக் கவிழ்த்தபடி
நீண்டுகிடக்கிறது நெடுஞ்சாலை
உடல் முழுவதும் கைகளையேந்தி
தாகம் தணிக்கச் சொல்லுகிறது
நெளிந்தோடும் நதி
வறட்சியால் ஒடிந்து விழுந்த
மலைகளின் நிழல்களிலெல்லாம்
அனல் எரிந்த புகை
கொண்டாட்டத்துடன் மலர்களை உதிர்த்த
செம்மரங்கள்
கழன்றுவிழும் இலைகளைக்
காணச்சகியாமல் தேம்பியழுகின்றன
பறவைகளின் சிறகசைப்புகளை
எங்கேயும் கேட்கமுடியவில்லை
தொங்கிய முகத்துடன் அலையும்
மனிதர்கள் யாரும்
யாருடனும் பேசிக்கொள்வதில்லை
மண்புழுக்கள் கருமுட்டைகளை
எங்கு இடும்
இப்போதும் ஆச்சர்யமாக இருக்கிறது
எப்படித் தேர்ந்தெடுத்தாய்
இந்தக் கோடைகாலத்தை
என் காதலை நிராகரிக்க.

❏

யோனிகளின் வீரியம்

பலகோடி ஆண்டுகள்
கழிந்தொரு பரிணாமத்தில்
உபயோகமற்று
உன்குறி மறைந்துபோகும்
அக்கணத்தில் புரியும்
உன் சந்ததிகளுக்கு
எம் யோனிகளின் வீரியம்.

◻

புத்தகப் பறவைகள்

விற்காது மீந்த பறவைகளை
திரைகிழிந்த அலமாரியில்
அடுக்கி வைத்திருக்கிறேன்
சமயங்களில்
தாய்மை ஊற்றெடுக்க
அவற்றின் சிறகுகளைக் கோதிவிடுவேன்
வரத்தாமதமான
மழைநாளின் இரவொன்றில்
இரத்தம் சொட்டச் சொட்ட
கீழே விழுந்துகிடந்தது ஒரு பறவை
மயிர்க்கால்களோடு பிடுங்கப்பட்ட
அதன் இறகுகள்
கழிவுக்கூடையில் சுருண்டுகிடந்தன
தூக்கத்தின் கைகளில் அகப்படாத
இரண்டு சிறுவர்கள்
பறவைகளை எரித்த நெருப்பில்
குளிர்காய்ந்து கொண்டிருந்தனர்
எஞ்சியவை
இருட்டில்மிளிரும் கொடூரவிலங்கின்
கோரப்பார்வையைச் சிந்தின என்மேல்.
பறவைகள் பறவைகளாகாமலிருப்பதன்
இரகசியம் புரிந்தது எனக்கு.

❑

தண்டவாளமும் இரு காதலர்களும்

பச்சைஒளி பரவசமூட்ட
தெளிந்த வானத்தில் ஆழ்ந்தவாறு
கற்பூக்களின்மேல் படுத்திருந்தேன்
சற்றுத்தள்ளிப் பரவியிருந்த புல்திட்டில்
இருவர் அமர்ந்திருந்தனர்
காதலர்களாக இருக்கக்கூடும்
பூவிரியும் சூட்சுமத்தோடு
அவன் விரல்களில் சொடுக்கெடுத்தாள்
ஒவ்வொரு சொடுக்கிற்கும்
காற்றிலவன் உதடுகுவிக்கையில்
வெட்கத்தின் சரிகை அவள் முகத்தில்
உரத்த குரலில் அவனொரு
கவிதை வாசித்தான் போலிருக்கிறது
கோடைமழையில் நனைந்த
வெடிப்புநிலமாய் இலகுவானாள்
வெகுநேரம் கெஞ்சிக் கொண்டிருந்த
அவன் உதடுகளில் முத்தத்தின் ஏமாற்றம்.
பின் எதுவும் பேசிக்கொள்ளவில்லை
பின்புறத்தைத் தட்டியபடி எழுந்த அவர்கள்
என்னைச் சமீபித்து மடியில்
தலைஉயர்த்திப் படுத்துக் கொண்டனர்
அமைதியாக இருந்த என்னை
விநாடியில் புணர்ந்துபோட்டது ரயில்
காதலின் வலிமையைச் சொல்ல
காதலர் வலிமை சுயபலியிடுகிறது.

❑

வலியறிதல்

தார்ச்சாலையின் காதலிநான்
இருளின் நிறத்தில் கரைந்துநிற்கும்
அதன் யௌவனம்
என்னைக் கிளர்வூட்டுகிறது
பிசிறுநீக்கிய ஓவியத்தின் நளினமென
அடர்மரங்களோடு நெளிந்துசெல்லும்
அதன் உயிரோட்டம்
என் பருவங்களை உடைக்கிறது
தன்னை நகர்த்தாமல் என்னை நகர்த்தும்
மாயத்தோற்றம்
கண்களைக் கூசப்பண்ணுகிறது
அருகமைந்த அறைக்குள்ளிலிருந்து
ரசித்துக் கொண்டிருக்கிறேன்
குளிர்ந்த மழையில்
அது வெற்றுடம்போடு குளிப்பதை
வெப்பத்தில் உடலுலர்த்திக் கொள்வதை
உயிர்களை விழுங்குகையில்
ஆண்வாசனை வீசுமதன்
நடுக்கமுற்ற மார்பில் முத்தமிடுகிறேன்
அளவுகூடிய மின்கசிவாய்
என் உதடுகளில் பரவுகிறது
தார்ச்சாலையின் ஊமைவலி.

◻

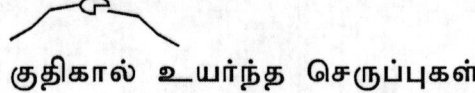

குதிகால் உயர்ந்த செருப்புகள்

மின்னொளியால் ஒப்பனையூட்டப் பட்ட
பிம்பங்களைப் பெருக்கும் கண்ணாடி அறையில்
வைக்கப் பட்டிருக்கின்றன
குதிகால் உயர்ந்த செருப்புகள்
தலைகீழாய் தொங்குமவை
வரிசையிலிருந்து விலகி
பிரவேசிக்கும் கால்களை உள்வாங்குகின்றன
கச்சிதமற்றவை
மீண்டும் அறையில் தொங்குகின்றன
அவற்றின் விருப்பமெல்லாம்
உயர்ந்தமேடையில் நடைபழகுவதும்
பருத்த பின்புறங்களை உயர்த்துவதும்
வெள்ளோட்டத்தில் அழுக்கடைந்தவை
மெருகேறத் துடைக்கப்படுகின்றன
வெளிச்சத்தில் நிராகரிக்கப்பட்டவை
மின்னோட்டம் தடைபட்ட இரவுகளில்
தேர்ந்தெடுத்துக் கொள்கின்றன
தமக்கான கால்களை.

❏